எங்கள் பாட்டி

குழந்தைக் கவிஞர்
அழ. வள்ளியப்பா

Title: Engal Paati

Author: Azha. Valliappa

Language: Tamil

First Published on: 1964

Year of Publication: 2025

Book Format: Paperback

*Page Size: 6inch * 9inch*

Category: Fiction

Subject: Short Novel

No. of pages: 30

ISBN: 978-81-990343-9-6

Published by: Nilan Publishers, Madurai, Tamilnadu, India

பொருளடக்கம்

குறிப்புகளுக்காக

எங்கள் பாட்டி - பாடல்

பாட்டி எங்கள் பாட்டி எல்லாப்
பல்லும் போன பாட்டி.
கேட்கக் கேட்கக் கதைகள் - இன்னும்
கேட்கச் செய்யும் பாட்டி.

கடின மான பண்டம் - அதைக்
கடிக்கத் தெரியாப் பாட்டி.
படிப்பே யில்லாப் பாட்டி. - ஆனால்,
பலவும் தெரிந்த பாட்டி.

விடுக தைகள் போட்டே - என்னை
விழிக்க வைக்கும் பாட்டி.
குடுகு டுவய தாச்சு கையில்
கோல்பி டிக்கும் பாட்டி.

அப்பா அடித்துப் போட்டால் என்னை
அணைத்துத் தேற்றும் பாட்டி.
தப்போ, தவறோ செய்தால் என்னைத்
தடுத்துத் திருத்தும் பாட்டி.

சாய்ந்து மடியில் படுத்தால் என்னைத்
தட்டிக் கொடுக்கும் பாட்டி.
நோய்கள் ஏதும் வந்தால் - அதை
நொடியில் போக்கும் பாட்டி.

எங்கள் பாட்டி போலே - யாரும்
எங்கும் கண்ட தில்லை.
தங்க மான பாட்டி அவளை
சாமி காக்க வேணும்.

காணிக்கை பாட்டிகளுக்கு

எங்கள் பாட்டி

கண்ணன் சிறு பையன். அவனுக்கு வயது ஐந்து இருக்கும். அவனுடைய அப்பா, அம்மாவுக்கு அவன் ஒரே பையன். ஒரே பையன் என்றால் கேட்க வேண்டுமா? அம்மாவும் அப்பாவும் அவனை மிகவும் செல்லமாக வளர்த்து வந்தார்கள். கண்ணன் எது கேட்டாலும் உடனே வாங்கிக் கொடுத்து விடுவார்கள். 'இல்லை' என்று சொல்லும் வழக்கம் அந்த அப்பா, அம்மாவிடம் இல்லவே இல்லை!

கண்ணனுடைய வீட்டில் இந்தப் பக்கம் திரும்பினாலும் சரி; அந்தப் பக்கம் திரும்பினாலும் சரி; ஒரே பொம்மைகளாக இருக்கும்! சாவி கொடுத்தால் ஓடும் பொம்மைகளே அவற்றில் பாதிக்கு மேல் இருந்தன!

அவன் எந்தப் பட்சணம் வேண்டுமென்று கேட்டாலும், உடனே அவனுடைய அம்மா செய்து கொடுத்து விடுவாள். வீட்டிலே செய்ய முடியாவிட்டால், கடையிலே அவன் அப்பா வாங்கி வந்து கொடுப்பார். கண்ணனுடைய மனம் கோணாதபடி அவர்கள் நடந்து வந்தார்கள்.

இவ்வளவு செல்லமாக வளர்த்துங்கூட, அவனுக்கு ஒரே ஒரு குறை மட்டும் இருந்தது. அது என்ன குறை என்றா கேட்கிறீர்கள்?

கண்ணனுக்குப் பாட்டி இல்லை. பாட்டி இல்லையே என்று அவன் கவலைப்பட்டான். அந்தக் கவலை அவனுக்கு எப்பொழுது ஏற்பட்டது தெரியுமா?

கண்ணன் வீட்டுக்கு மூன்றாவது வீட்டில், ராஜம் என்று ஒரு சிறு பெண் இருந்தாள். அந்த ராஜத்துக்கும் கிட்டத்தட்டக் கண்ணன் வயது தான். இருவரும் மிகப் பிரியமாக இருந்தார்கள்; சேர்ந்தே விளையாடுவார்கள்; சேர்ந்தே பள்ளிக்கூடத்துக்குப் போவார்கள்; முதல் வகுப்பிலே இருவரும் படித்து வந்தார்கள்.

ஒருநாள், ராஜமும் கண்ணனும் பள்ளிக்கூடத்துக்குப் போய்க் கொண்டிருந்தார்கள். அப்போது ராஜம் கண்ணனைப் பார்த்து, "கண்ணா, எனக்கு ஒரு நல்ல கதை தெரியுமே! சொல்லட்டுமா?" என்று கேட்டாள்.

"உம். சொல்லு, சொல்லு" என்று ஆவலாகக் கேட்டான், கண்ணன்.

"சொல்கிறேன், கேள்" என்று கதையை ஆரம்பித்தாள் ராஜம்.

“ஒரே ஒரு ஊரிலே, ஒரே ஒரு ராஜா இருந்தார். அந்த ராஜாவுக்கு ரெண்டு பிள்ளைகள். தம்பி ரொம்ப நல்லவன். அண்ணன் ரொம்ப ரொம்பப் பொல்லாதவன்! ஒரு நாள் ரெண்டு பேரும் காட்டுக்கு வேட்டையாடப் போனாங்க. ஆளுக்கொரு பக்கமாகப் போனபோது அண்ணன் வழி தவறிப் போயிட்டான். தம்பி, அண்ணனைத் தேடித் தேடிக் காட்டிலே அலைந்தான். நாலைந்து நாளாச்சு. அண்ணனும் வரல்லை; தம்பியும் வரல்லை. ராஜா ஆட்களையெல்லாம் அனுப்பிப் பார்த்தாரு. கிடைக்கவே இல்லை!..."

-இப்படி ஆரம்பித்து ராஜம் கதையைச் சொல்லிக் கொண்டே வந்தாள். கண்ணன் ஆசை ஆசையாக அதைக் கேட்டுக்கொண்டே இருந்தான். ராஜம் ஒரு வழியாகக் கதையைச் சொல்லி முடித்தாள்.

"அடே, கதை நல்லாயிருக்கே! இதை யாரு சொன்னாங்க? உங்க அண்ணா சொன்னாரா?” என்று கேட்டான், கண்ணன்.

“ எங்க அண்ணாதான் சொல்றார்! அவருக்கு காலேஜ் படிப்புக்கே நேரம் சரியாப் போயிடுதே!”

“பின்னே, உங்க அம்மா சொல்லியிருப்பா.”

“அம்மாவா? அம்மாவுக்குத்தான் நேரமே இல்லையே! எப்போ பார்த்தாலும் அடுப்பங்கரையிலேதான் இருப்பா. அவளுக்கு எங்கே நேரம் இருக்கு?

“அப்படின்னா, உங்க அப்பாதான் சொல்லியிருக்கணும்.'

"சேச்சே, அவங்க யாரும் சொல்லவே இல்லை. எங்க பாட்டிதான் இந்தக் கதையைச் சொன்னா.”

“அடடே! உங்க பாட்டியா சொன்னா? நல்லாயிருக்கே!

“இது என்ன கதை? இதைவிட நல்ல நல்ல கதையெல்லாம் எங்க பாட்டி சொல்லுவாளே! ராமர் கதை, விக்கிரமாதித்தியன் கதை, கிருஷ்ணன் கதை இப்படி எத்தனை எத்தனையோ கதை! எங்க பாட்டி கதை சொன்னால், எப்படி இருக்கும் தெரியுமா? அவளுக்கு ஒரு கதையா, ரெண்டு கதையா? ஆயிரம் கதை தெரியும்!"

“அடேயப்பா! ஆயிரம் கதையா? அப்படின்னா நல்ல பாட்டியா இருப்பாள் போலிருக்கே."

"நல்ல பாட்டியா? ரொம்ப ரொம்ப நல்ல பாட்டி. எனக்கு அவள் இருக்கிற வரை கவலையே இல்லை. நான் என்ன கேட்டாலும், அவள் வாங்கித் தருவாள். ராத்திரி யானதும், நான் பாட்டி மடியிலே படுத்துக்குவேன். என்னைத் தட்டிக் கொடுத்துக்கொண்டே கதை சொல்லுவாள். அப்படியே தூங்கிப் போயிடுவேன்."

“ அடடா! அப்படியா!"

"ஆமா, இது மட்டுமா? பாட்டிக்குத் தெரியாத வைத்தியமே இல்லை. ஒரு சமயம் எனக்குக் காய்ச்சல் வந்துடுச்சு. அப்பா, ‘டாக்டரைக் கூப்பிடணும்' என்றார். அம்மா 'ஜோஸ்யரைக் கூப்பிட்டால் தேவலை' என்றாள். 'ஏதோ ஒரு மாத்திரையை வாயில் போட்டுக் கொண்டால் எல்லாம் சரியாய்ப் போயிடும்!' என்றார் எங்க அண்ணா. ஆனால் எங்க பாட்டி என்ன செய்தாள், தெரியுமா? ஏதேதோ இலைகளைப் பிடுங்கி வந்தாள். அதையெல்லாம் சேர்த்து, ஒரு மருந்து வைத்துக் கொடுத்தாள். சாப்பிட்டேன். காய்ச்சல் எல்லாம் பறந்தே போச்சு!

இப்படி யெல்லாம் ராஜம் சொல்லச் சொல்ல “எனக்கும் இப்படி ஒரு பாட்டி இருந்தால்...?” என்ற ஆசை கண்ணனுக்கு ஏற்படலானது.

அன்று முழுவதும் பாட்டி யைப் பற்றியே யோசனை செய்து கொண்டிருந்தான்.

இரவு கூட அவனுக்குத் தூக்கம் வரவில்லை.

காலையில் எழுந்தவுடனே, நேராக அப்பாவிடம் போனான்.

“ஏன் அப்பா, எதிர்த்த வீட்டு மணி, அடுத்த வீட்டு ராமு, மூணாவது வீட்டு ராஜம் எல்லாருக்கும் பாட்டி இருக்கிறாளே, எனக்கு மட்டும் ஏன் இல்லை?” என்று ஏக்கத்தோடு கேட்டான்.

இதைக் கேட்டதும், அப்பாவுக்கு, என்ன சொல்வதென்றே தெரிய வில்லை. ஒரு பக்கம் வருத்தமும், ஒரு பக்கம் அநுதாபமும் ஏற்பட்டன.

“உன் பாட்டிதான் செத்துப் போய்விட்டாளே!” என்றார் அப்பா.

“செத்துப் போயிட்டாளா? அப்படின்னா, திரும்பியே வர மாட்டாளா?"

இதைக் கேட்டதும், அப்பாவுக்கு ‘என்ன, கண்ணன் இருந்தாற் போல இப்படிக் கேட்கிறானே!' என்ற சந்தேகம் ஏற்பட்டது, ஆனாலும், ஒரு வழியாகச் சமாளித்துக்கொண்டு, “இல்லை, இல்லை. வந்திடுவாள். நீ போய்ப் பல்லைத் துலக்கிட்டு வா. காப்பி சாப்பிடலாம் ” என்றார் அவர்.

“அதெல்லாம் முடியாது. இப்பவே பாட்டி வந்தால் தான் காப்பி சாப்பிடுவேன்” என்று பிடிவாதம் செய்தான், கண்ணன்.

அப்பாவுக்குத் தர்ம சங்கடமாகப் போய்விட்டது. “சரி, நாளைக்குப் பாட்டி வந்திடுவாள். போய் முகத்தைக் கழுவிட்டு வா” என்றார்.

இந்தச் சமயத்தில் அம்மா காப்பி கொண்டு வந்து விட்டாள். அம்மாவைப் பார்த்ததும், கண்ணன், “ஏன் அம்மா, என் பாட்டி எங்கே போயிருக்கிறாள்?” என்று கேட்டான்.

இந்தக் கேள்வியைக் கேட்ட அம்மாவுக்கு ஒன்றும் விளங்கவில்லை.

“என்ன! பாட்டியா?” என்று ஆச்சரியத்துடன் கேட்டாள்.

உடனே, அப்பா விஷயத்தைக் கூறினார். அதைக் கேட்டதும், இறந்து போன தன் தாயாரின் ஞாபகம் அம்மாவுக்கு வந்துவிட்டது. கண்கள் கலங்கிவிட்டன. ஆனாலும், அவள் அதைக் காட்டிக் கொள்ளவில்லை. காப்பி கொண்டு வந்த பாத்திரத்தைக் கீழே வைத்தாள். கண்ணனை மார்போடு அணைத்துக்கொண்டே, “என் கண்ணே, நீ பல்லைத் துலக்கிட்டுக் காப்பி சாப்பிடு; பாட்டி வந்திடுவாள்" என்று சமாதானம் கூறினாள்.

கண்ணன் விடவில்லை. பிடிவாதம் செய்து கொண்டேயிருந்தான். அப்பாவும், அம்மாவும் எவ்வளவோ சமாதானம் கூறிப் பார்த்தார்கள். அவன் கேட்கவில்லை.

உடனே, அவனுடைய அம்மா, "நீ எது கேட்டாலும் வாங்கித் தரலாம். ஆனால், பாட்டி வேணுமென்றால், என்ன செய்வது?" என்று வருத்தத்தோடு கூறினாள்.

"என்ன செய்வதா? ராஜத்துக்கு மட்டும் பாட்டி இருக்கிறாளே! அதே போல எனக்கும் ஒரு பாட்டி வாங்கித்தரப்படாதோ?" என்று கோபமாகக் கேட்டான், கண்ணன்.

"வாங்கித் தருவதா? எங்கே வாங்குவது?" என்று கேட்டாள் அம்மா, சிரித்துக்கொண்டே.

"ஏன்? கடையிலேதான்! பட்டணத்திலே எந்தக் கடையிலே போனாலும் வாங்கலாமாம். மணி கூடச் சொன்னானே!" என்று ஆத்திரத்தோடு கேட்டான், கண்ணன்.

எதிர் வீட்டு மணிக்குப் பத்து வயது இருக்கும். அவன் "பட்டணத்துக் கடையிலே பாட்டியை விலைக்கு வாங்கலாம் என்று விளையாட்டுக்குச் சொல்லி வைத்தான். அதை உண்மை யென்று நம்பிவிட்டான் கண்ணன்!"

கண்ணன் சொன்னதைக் கேட்டதும், அப்பா, அம்மா இருவருக்குமே சிரிப்பு வந்துவிட்டது. ஆனாலும், சிரமப்பட்டு அடக்கிக் கொண்டார்கள். உடனே, அப்பாவுக்கு ஒரு யோசனை தோன்றியது.

'சரி, கண்ணனை ஏமாற்ற ஒரு சுலபமான வழி கிடைத்தது' என்று தீர்மானித்தார்.

"சரி, கண்ணா. நான் தான் ஞாயிற்றுக் கிழமை பட்டணம் போகிறேனே, அப்போது அவசியம் உனக்கு ஒரு பாட்டி வாங்கி வருகிறேன். இதை யாரிடத்திலும் சொல்லப் படாது! என்ன, சரிதானா? இப்போது நீ முரண்டு பண்ணாமல் இருந்தால்தான் வாங்கி வருவேன்" என்றார்.

கண்ணனுக்கு அப்போதுதான் சமாதானம் ஏற்பட்டது. "சரி, கட்டாயம் வாங்கி வரணும். ஏமாத்தப்படாது" என்று சொல்லிக்கொண்டே ஓட்ட ஓட்டமாக ஓடினான்; பற்பொடியை எடுத்தான்; பல்லைத் துலக்கினான்; காப்பியைக் குடித்தான். அன்று முழுவதும் அவனுக்கு ஒரே ஆனந்தம்!

ஞாயிற்றுக்கிழமை எப்போது வரும், வரும் என்று எதிர்பார்த்துக்கொண்டேயிருந்தான்.

ஞாயிற்றுக் கிழமையும் வந்துவிட்டது. அப்பாவும் ஆபீஸ் வேலையாகப் பட்டணத்துக்குப் புறப்பட்டார்.

"அப்பா, மறந்துவிடாதே. கட்டாயம் வாங்கி வரணும் " என்று சொல்லி அனுப்பினான் கண்ணன்.

பட்டணம் போன அப்பா எப்போது திரும்பி வருவார், வருவார் என்று எதிர்பார்த்துக்கொண்டே இருந்தான். அப்பாவும் வந்து விட்டார்.

அவர் மிட்டாய் வாங்கிவந்தார்; ரொட்டி வாங்கி வந்தார்; ஆனால் பாட்டி மட்டும் வாங்கி வரவில்லை!

“எங்கே அப்பா, பாட்டி?” என்று ஏமாற்றத்துடன் கேட்டான் கண்ணன்.

“பாட்டிதானே! அதை நான் மறப்பேனா? எல்லாக் கடைகளிலும் போய்ப் பார்த்தேன். எல்லாப் பாட்டிகளுமே ரொம்ப, ரொம்பப் பொல்லாத பாட்டிகளாய் இருக்கிறாங்க. அதனாலேதான் நான் வாங்காது வந்துட்டேன்" என்றார் அப்பா.

“என்ன! வாங்கவே இல்லையா? என்று கலக்கத்துடன் கேட்டான் கண்ணன்.

“இல்லை கண்ணா, நான் சும்மா திரும்புவேனா? ஒரு கடைக்காரன்கிட்டே, இன்னும் ஒரு வாரத்தில் நல்ல பாட்டியாப் பார்த்து அனுப்பச் சொல்லியிருக்கேன். இன்னும் ஒரே ஒரு வாரம்தான். அப்புறம் பாரு. ஒரு அருமையான பாட்டி வரப்போறாள். அப்புறம் நீ என்னோடே பேசுவாயா? உன் பாட்டியோடேயே இருப்பாய்" என்று அவனைச் சமாதானப்படுத்த முயன்றார் அவர்.

“சரி, ஒரு வாரம்தானே! பார்க்கலாம்" என்று சிறிது சமாதானம் அடைந்தான் கண்ணன்.

அப்பா சொன்ன தவணை முடியப் போகும் சமயம். அப்போது பள்ளிக்கூட ஆண்டு விழா வந்தது. அதைக் கொண்டாட, பிரமாதமான ஏற்பாடுகள் செய்திருந்தார்கள்.

பள்ளிக்கூடத்தில் ஒரு மேடை கட்டினார்கள். மேடை மீது குழந்தைகள் மாறு வேஷம் போட்டுக்கொண்டு வந்தார்கள்; வேடிக்கையாகப் பேசினார்கள்; நாடகம் நடித்தார்கள்; பாட்டுக்களும் பாடினார்கள்.

அப்போது, இரண்டு குழந்தைகள் மேடைக்கு வந்தார்கள். ஒரு குழந்தை அண்ணன்; மற்றொன்று தங்கை. இருவரும் நன்றாகப் பாடுவார்கள். அவர்கள் மேடைக்கு வந்ததும், அருமையாக ஒரு பாட்டைப் பாடினார்கள். என்ன பாட்டு, தெரியுமா?

பாட்டி எங்கள் பாட்டி எல்லாப்
பல்லும் போன பாட்டி,
கேட்கக் கேட்கக் கதைகள் - இன்னும்
கேட்கச் செய்யும் பாட்டி.

கடினமான பண்டம் அதைக்
கடிக்கத் தெரியாப் பாட்டி.
படிப்பே இல்லாப் பாட்டி - ஆனால்
பலவும் தெரிந்த பாட்டி.

இந்த மாதிரி இன்னும் சில வரிகளைப் பாடினார்கள். எல்லோரும் இந்தப் பாட்டை சாதாரணமாகவே கேட்டுக் கொண்டிருந்தார்கள். ஆனால், கண்ணன் மட்டும் இதை மிகக் கவனமாகக் கேட்டுக் கொண்டிருந்தான்.

பாட்டு முடிந்ததுதான் தாமதம். கண்ணன் விருட்டென்று எழுந்தான்; 'விறு, விறு' என்று நடந்தான். நேராக வீட்டுக்கு வந்தான். அம்மாவிடம் சென்றான்.

"ஏம்மா, பாட்டி வரப் போவதே இல்லையா? என்று ஏக்கத்துடன் கேட்டான்.

அம்மாவுக்கு என்ன சொல்வதென்றே தெரியவில்லை.

"வருத்தப்படாதேடா, கண்ணு. உன் அப்பா வரட்டும். சீக்கிரம் பாட்டி வர ஏற்பாடு செய்யலாம் என்று ஆறுதல் கூறினாள்.

கண்ணனின் அப்பா ஆபீஸிலிருந்து வரும்போது, கடைவீதி வழியாகத்தான் வரவேண்டும். வரும்போது, பொம்மைக் கடை ஒன்றைப் பார்த்தார். அங்கே ஒரு மோட்டார் நின்றது. பார்ப்பதற்கு அழகாக இருந்தது.

அதில் நன்றாக உட்கார்ந்து கொண்டு ஓட்டலாம். அதைப் பார்த்ததும், அவருக்கு ஒரு யோசனை தோன்றியது.

‘கண்ணனுக்கு இதை வாங்கிக் கொண்டு போய்க் கொடுத்தால், அவன் ‘பாட்டி’, 'பாட்டி' என்று தொந்தரவு செய்யமாட்டான். பாட்டியைப் பற்றிக்கூட மறந்துவிடுவான்' என்று எண்ணிக்கொண்டே, அந்தக் கடைக்குள் நுழைந்தார். மோட்டாரின் விலையைக் கேட்டார். 85 ரூபாய் என்றார்கள். ரூபாயைக் கொடுத்து, மோட்டாரை வாங்கிக் கொண்டார். நேராக வீட்டுக்குக் கொண்டு வந்தார்.

அப்பா வீட்டுக்குள் நுழையும் போதே, “என்ன அப்பா, இன்னம் பாட்டி வரல்லியே!” என்றான் கண்ணன்.

"பாட்டி வந்திடுவாள். இதோ பார். உனக்காக ஒரு அழகான மோட்டார்! என்று மோட்டாரைக் காட்டினார் அப்பா. ஹாரனை அமுக்கினார். 'பாம், பாம்' என்ற சத்தம் கேட்டது.

உடனே, மோட்டாரின் அருகே வந்தான் கண்ணன். அவனும் ஹாரனை அமுக்கிப் பார்த்தான். 'பாம், பாம்' என்ற சத்தம் கேட்டதும், அவனுக்கு மகிழ்ச்சி உண்டாகிவிட்டது.

“எப்படி அப்பா இதை ஓட்டுவது?” என்று கேட்டான்.

எப்படி ஓட்டுவது என்று அப்பா அவனுக்குக் கற்றுக் கொடுத்தார்.

கண்ணன் மிகவும் ஆர்வத்தோடு காரை ஓட்டக் கற்றுக் கொண்டான். பாட்டியைப் பற்றிய நினைப்பு அவ்வளவாக இல்லை.

மோட்டார் ஓட்ட நன்றாகக் கற்றுக் கொண்டுவிட்டான், கண்ணன். இப்போது அவன் முன்போல, ராஜத்துடன் நடந்து பள்ளிக்கூடம் போவது கிடையாது. காரில் தான் கண்ணன் பள்ளிக்கூடம் செல்வான். ராஜம் அவன் பக்கமாகவே நடந்து போவாள். சில சமயங்களில் கண்ணன் காரை வேகமாக ஓட்ட ஆரம்பித்து விடுவான். ராஜம் பின்னாலேயே ஓடுவாள்.

கண்ணன் 'பாம் ' 'பாம்' என்று சத்தம் செய்து கொண்டே, காரை ஓட்டிச் செல்வான். அப்போதெல்லாம் ராஜத்துக்கு ஓர் ஆசை உண்டாகும். ஒரு நாளைக்காவது அந்தக் காரில் ஏறி ஓட்டிப் பார்த்துவிட வேண்டும் என்பது தான் அந்த ஆசை.

இதைக் கண்ணனிடம் சொல்லலாமா என்று பார்த்தாள். ஆனால், அவனுடைய அப்பா, அம்மா கோபித்துக் கொள்ளுவார்களோ என்ற பயம். அதனால், கேட்காமலேயே இருந்தாள். ஆனாலும், ஆசை விடவில்லை.

ஒரு நாள், தைரியமாகக் கண்ணனிடம் சென்று, ‘‘கண்ணா, கண்ணா, உன் காரை எனக்குக் கொஞ்ச நேரம் தருவியா? நான் ஒரு தடவையாவது ஓட்டிப் பார்க்கிறேன்’’ என்று கெஞ்சிக் கேட்டாள்.

‘‘ஐயயோ, நீ எங்கேயாவது மோதி உடைச்சுடுவாய்! வேண்டாம், வேண்டாம்."

‘‘இல்லை கண்ணா, நான் மோதவே மாட்டேன். நான் உனக்கு எவ்வளவு வேண்டியவள்! தரமாட்டியா?’’

"முடியவே முடியாது."

‘‘சரி, ஓட்டத்தான் தரமாட்டாய். என்னைக் காரிலே கொஞ்ச நேரமாவது ஏத்திக்க மாட்டியா?"

‘‘ஏத்திக்கிறதா! ரெண்டு பேர் ஏறினால் கார், உடைஞ்சு போயிடும். உன்னை வச்சு என்னாலே ஓட்டவும் முடியாது’’ என்று கண்டிப்பாகக் கூறிவிட்டான் கண்ணன்.

‘‘என்ன கண்ணா, இப்படிச் சொல்றியே! இந்தக் கார் மேலே எனக்கு எவ்வளவு ஆசை இருக்கு, தெரியுமா?

‘‘அப்படின்னா, உனக்கு வேறு எது மேலேயும் ஆசை இல்லையா?

‘‘இல்லவே இல்லை.’’

“உன் பொம்மைகள் மேலே ஆசை அதிகமா? இந்தக் கார் மேலே ஆசை அதிகமா?”

“இந்தக் கார் மேலேதான் ஆசை அதிகம்.

“உன் அப்பா, அம்மா மேலே பிரியம் அதிகமா? இந்தக் கார் மேலே பிரியம் அதிகமா?”

“இந்தக் கார் மேலேதான் பிரியம் அதிகம்

“நிஜமாகவா?”

“நிஜமாகத்தான்.”

“அடே, அப்படியா! உங்க பாட்டி மேலே ஆசை அதிகமா? இந்தக் கார் மேலே ஆசை அதிகமா?"

இப்படிக் கண்ணன் கேட்டதும், ராஜத்துக்கு என்ன சொல்வது என்றே புரியவில்லை. சிறிது நேரம் யோசித்தாள்.

“இல்லை, இல்லை. பாட்டி மேலேதான் எனக்கு ரொம்ப ஆசை. பாட்டிக்கு அடுத்தபடிதான் இந்தக் காரெல்லாம்.'

ராஜம் சொன்னதைக் கேட்டதும், “அடே, இந்தக் காரைவிடப் பாட்டிதான் முக்கியம் போலேருக்கு. சரி, ராஜத்திடம், 'ராஜம், நீ இந்தக் காரை வச்சுக்கோ. இதுக்குப் பதிலா உன் பாட்டியை எனக்குக் தந்திடு' என்று

கேட்டுப் பார்ப்போம். தந்தால் நல்லது தானே!'' என்று நினைத்தான் கண்ணன்.

உடனே ராஜத்தைப் பார்த்து, ''சரி ராஜம், இந்தக் காரை நீயே எடுத்துக்கோ. எனக்கு வேண்டாம். ஆனால், நான் ஒண்ணே ஒண்ணு கேட்பேன். அதுக்கு மட்டும் நீ ஒத்துக் கொள்ளணும். சரிதானா?'' என்று கேட்டான்.

''சரி, எது வேணுமானாலும் கேள்; தாரேன். ஆனால், காரை நீ எனக்குத் தந்துடணும்"

''ஓ, நிச்சயம் தாரேன். பதிலுக்கு நீ என்ன தரணும், தெரியுமா? உன் பாட்டி இருக்காளே, அவளை எனக்குத் தந்துடணும். நான் உனக்குக் காரைத் தந்துடுறேன். என்ன, சரிதானா?''

''ஐயயோ! பாட்டியையா கேட்கிறாய்? அது மட்டும் முடியவே முடியாது. வேறு எது வேணுமானாலும் கேள்.... பாட்டி உன்னோடே வந்துட்டால், எனக்கு எப்படிப் பொழுது போகும்? வேண்டாமப்பா, உன் மோட்டார்.'

''பாட்டி என்னோடு வந்துட்டால் என்ன? உனக்குத்தான் கார் இருக்குதே! இதை வச்சுக்கோ. ஜோராப் பொழுது போக்கலாம். இதில் ஏறிப் பள்ளிக்கூடம் போகலாம். ஊரையெல்லாம் சுத்திச் சுத்தி வரலாம். அப்போது எத்தனை பேரு உன்னைப் பார்ப்பாங்க, தெரியுமா?''

ராஜத்துக்குப் பாட்டியைப் பிரியவும் மனம் இல்லை. காரை விடவும் மனம் இல்லை. சிறிது நேரம் யோசித்தாள்.

பிறகு, "பாட்டியைத் தரலாம். ஆனால்... அவள் உன்னோடு வருவாளா? அவளுக்கு என் மேல் எவ்வளவு பிரியம், தெரியுமா?..." என்று இழுத்தாள்.

“அப்படின்னா ஒரு காரியம் செய்யலாம். ரெண்டு பேரும் உன் வீட்டுக்குப் போவோம். உன் பாட்டியைக் கேட்போம். அவள் ஒத்துக்கொண்டால், நான் அவளைக் கூட்டிப்போறேன். நீ காரை எடுத்துக்கலாம்... என்ன, யோசிக்கிறாய்?”

ராஜம் என்ன பதில் சொல்லுவது என்று யோசித்தாள். ஒரு பக்கம் கார். இன்னொரு பக்கம் பாட்டி. அருமைப் பாட்டியுடன் போட்டி போடுகிறது அழகான கார்!

'எதைப் பிரிவது?' என்று யோசித்தாள்.

அதற்குள் கண்ணன், “வா, போகலாம். போய்ப் பாட்டியைக் கேட்கலாம் என்று கூறி ராஜத்தைக் காரில் ஏற்றிக் கொண்டு, அவளுடைய வீட்டுக்குப் போனான். இருவரும் காரிலிருந்து இறங்கினார்கள். கண்ணன் ராஜத்தை இழுத்துக்கொண்டு, பாட்டி இருந்த இடத்துக்குப் போனான்.

இருவரும் வருவதை ராஜத்தின் பாட்டி பார்த்தாள். பார்த்ததும், “ராஜம், உனக்கும் உன் சிநேகிதன் கண்ணனுக்கும் நான் ஒரு தின்பண்டம் தரப்போறேன். இதோ உனக்கு ரெண்டு கடலை உருண்டை. கண்ணனுக்கு ரெண்டு கடலை உருண்டை என்று அன்போடு கூறிக்கொண்டே, ஆளுக்கு இரண்டு கடலை உருண்டை களைக் கொடுத்தாள்.

“அடடா, எவ்வளவு அன்பான பாட்டி! இந்தப் பாட்டி நமக்குக் கிடைத்தால் எவ்வளவு நல்லது! என்று நினைத்தான் கண்ணன்.

ஆனால், அதே சமயத்தில், "இந்த அருமையான பாட்டியைக் கண்ணன் கேட்கிறானே! நானா கொடுப்பேன்? காராவது, மண்ணாங்கட்டியாவது?" என்று நினைத்தாள் ராஜம்.

கடலை உருண்டைகளை இருவரும் தின்னவில்லை. ஒருவரை ஒருவர் பார்த்துக்கொண்டே நின்றார்கள்.

இதைக் கண்ட பாட்டிக்கு ஆச்சரியமாக இருந்தது.

“என்ன, இப்படி நிற்கிறீங்களே! ஏன், கடலை உருண்டை பிடிக்கலையா?" என்று கேட்டாள்.

"இல்லே பாட்டி, நான் முடி யாதுங்கிறேன். இவன் விட மாட்டேங்கிறான் என்றாள் ராஜம்.

“நீ என்ன முடியாதுங்கிறாய்? கண்ணன் எதை விடமாட்டேன் என்கிறான்? ஒன்றும் விளங்கவில்லையே!" என்று சந்தேகத்துடன் கேட்டாள் பாட்டி.

"ஒண்ணுமில்லை பாட்டி. உன் காரைத் தா. என் பாட்டியைத் தாரேன்" என்று சொன்னாள் ராஜம். அதற்கு நான்..." என்று கண்ணன் சொல்லி முடிப்பதற்குள் “இல்லவே இல்லை பாட்டி. இவன் பொய் சொல்றான். இவன்தான், 'என் காரையும் உன் பாட்டியையும் மாத்திக்கலாமா?' என்று கேட்டான். நான் 'முடியவே முடியாது'ன்னு சொன்னேன். 'உன் பாட்டியைக் கேக்கலாம்' என்று இழுத்து வந்தான். உன்னை விட்டுப் பிரிய எனக்கு மனசு வருமா, பாட்டி?” என்று கூறிக்கொண்டே பாட்டியின் காலைக் கட்டிப் பிடித்துக்கொண்டாள் ராஜம்.

“ஏன், நான் போனால் என்ன? உன் அப்பா இருக்கிறார். அம்மா இருக்கிறாள். உனக்கு அழகான கார் கிடைக்கப் போகிறது. அதை ஓட்டி ஓட்டி விளையாடலாமே!” என்று பாட்டி விளையாட்டாகக் கூறினாள்.

"என்ன பாட்டி, நிஜமாவா? என்னை விட்டுட்டா போகப் போறே? எனக்குக் காரும் வேண்டாம், ஒண்ணும் வேண்டாம். நீ போகவே போகாதே, பாட்டி" என்று அழ ஆரம்பித்துவிட்டாள் ராஜம்.

“இதற்கு அழலாமா? கண்ணைத் துடை. நான் போனால் என்ன? கண்ணன் வீடு அடுத்த வீட்டுக்கு அடுத்த வீடுதானே! நான் அடிக்கடி வருவேன்; வந்து உன்னைப் பார்த்துக்குவேன். பயப்படாதே" என்று கூறிக்கொண்டே ராஜத்தின் கண்களைத் துடைத்தாள் பாட்டி.

பாட்டி இப்படிச் சொல்லச் சொல்ல ராஜத்துக்கு அழுகை, அழுகையாக வந்தது. ஆனால், கண்ணனுக்கோ ஆனந்தம் அதிகம் ஆகிக் கொண்டேயிருந்தது.

”நீ போய்விட்டால், எனக்கு யாரு பாட்டி கதை சொல்றது? எனக்கு எப்படிப் பாட்டி பொழுது போகும்? அப்பா அடிச்சா, நான்,. யாரிடத்திலே பாட்டி சொல்லுவேன்? நீ போகவே கூடாது பாட்டி" என்று கட்டிப் பிடித்துக் கொண்டு கதற ஆரம்பித்தாள் ராஜம்.

"இல்லே பாட்டி. நீ வந்துடு பாட்டி என்று பாட்டியின் கையைப் பிடித்து இழுத்தான் கண்ணன்.

இதைப் பார்த்ததும், ராஜத்துக்குக் கோபம் அதிகமாக. வந்துவிட்டது. “இது எங்க பாட்டி; நீ தொடப்படாது. எடுடா கையை" என்று கண்ணனின் கைகளைப் பிடித்துத் தள்ளினாள்.

‘”அதெல்லாம் முடியாது. பாட்டி ஒத்துக் கொண்டா, நீதானே அழைச்சு போகச் சொன்னாய்? இப்பத்தான்

பாட்டி ஒத்துக்கொண்டு விட்டாளே!" என்று விடாப் பிடியாகப் பாட்டியைப் பிடித்து இழுத்தான் கண்ணன்.

கண்ணன் அந்தப் பக்கம் பிடித்து இழுத்தான். ராஜம் இந்தப் பக்கம் பிடித்து இழுத்தாள். பாட்டி பாடு மிகவும் கஷ்டமாகப் போய்விட்டது. இதற்கு என்ன செய்வது என்று யோசித்தாள். பிறகு,

"சரி, நீங்கள் ரெண்டு பேரும் நான் சொல்றதைக் கேட்கணும். அப்பத்தான் உங்களோடே நான் பேசுவேன் என்றாள் பாட்டி.

"சரி, சொல்லு என்று இருவரும் ஒரே சமயத்தில் ஒத்துக்கொண்டார்கள்."

பாட்டி இருவரையும் அணைத்துக் கொண்டே கூறலானாள்:

"நீங்கள் ரெண்டு பேரும் சண்டை போட வேண்டாம். இன்று முதல், நான் உங்கள் ரெண்டு பேருக்குமே பாட்டி! ராஜத்தின் வீட்டிலேயும் நான் இருப்பேன். கண்ணன் வீட்டிலேயும் நான் இருப்பேன். ரெண்டு பேருக்குமே கதை சொல்லுவேன். ரெண்டு பேரையுமே என் சொந்தப் பேரன், பேத்திகளைப் போலக் கவனிச்சுக்குவேன். என்ன, சரிதானா?"

இப்படிப் பாட்டி கூறியதைக் கேட்டதும், "நிஜமாகவா, பாட்டி! அப்படின்னா, இன்றையிலிருந்து இந்தப் பாட்டி நம்ம ரெண்டு பேருக்கும் சொந்தம்; அதேபோல இந்தக் காரும் நம்ம ரெண்டு பேருக்கும் சொந்தம். சரிதானா, ராஜம்?" என்று ராஜத்தைப் பார்த்துக் கேட்டான் கண்ணன்.

சரி, சரி. அதுதான் சரி என்று ஆனந்தமாகக் கூறினாள் ராஜம்.

இருவரும் உடனே பாட்டியின் கைகளைப் பிடித்துக் கொண்டு குதிக்க ஆரம்பித்துவிட்டார்கள். பிறகு, கண்ணன் காரில் ஏறிக் கொண்டான். ராஜத்தையும் காரில் ஏற்றிக் கொண்டான்.

எங்கள் பாட்டி போலே - யாரும் எங்கும் கண்டதில்லை. தங்கமான பாட்டி - அவளைச் சாமி காக்க வேணும் என்று சத்தம் போட்டுப் பாடிக்கொண்டே, பாட்டியைச் சுற்றிச் சுற்றி வந்தார்கள் கண்ணனும் ராஜமும். அன்று பள்ளிக் கூடத்தில் பாடிய பாட்டின் கடைசி அடி அதுதான்.

★ ★ ★

9 788199 034396

Printed at Repro India Ltd.